கருவா செந்தழகே

கருவாடு

ஏலே பதிப்பகம்

1

கருவா செந்தழகே
ஆசிரியர் ©கருவாடு

முதற்பதிப்பு 2021
பக்கங்கள் 87

புத்தகத்தின் முழு உரிமையும்
ஆசிரியருக்கே சொந்தமாகும்
©karuvaadu
ISBN 978-93-91423-28-5

புத்தகம் வெளியிடு
ஏலே பதிப்பகம்
aelaypublish@gmail.com
phone – 9944992571

Aelay Publish
www.aelaypublish.com

கற்பி ! ஒன்று சேர் ! புரட்சி செய் !

நான் ஓர் இந்துவாக சாக மாட்டேன்.

– அண்ணல்

நன்றி!

STUDIO B

நண்பன்.திலோத் பெர்லின் தாமஸ்.,BE

கீதாஸ்ரீ குமார்.,BE

மகள்.சுதா.,RNRM

மற்றும்

கவிஞன் மொழி

முன்னுரை

காதல்,
காமம்,
சாதி,
மதம்
கடவுள்,
குடும்பம்,
அவள்,
நான்,
மற்றும்
சில கவிதை மாதிரிகள்.

****

கருவாட்ட தின்னுட்டு
கட்டிலில நா கிடக்க,
கோவில் மணி
ஓசையில,
பிரசாதத்துக்கு
நான் ஓட,

இல்லாத கடவுளுக்கு
எப்படி நன்றி
சொல்ல?
உன்னாலதான் அவளை
பாத்தேனு.
அந்த கருவா
செந்தழகை பாத்தேனு.
****

****

கருவறை இல்லையம்மா.
என் இதயம்
கோவில் கருவறை
இல்லையம்மா.
தயங்காம நீ
உள்ளே வரலாம்மா.

தீட்டு ஒன்னும்
ஆகாதம்மா.
கருவா செந்தழுகே என்
கருத்த பொக்கிசமே.

****

****

கலங்கமும் இல்லையம்மா.
என் மனசு
ஐயப்பன் கோவிலும்
இல்லையம்மா.
எப்பவும் நீ
வரலாம்.

நடை சாத்தாத
கோவில்தாம்மா.
கருவா செந்தழகே என்
கருத்த பூச்செண்டே.
****

கருவா செந்தழுகே

ஆக்கிவிட்டாயா?

****

பக்தி முத்தி
உன் இதயத்தை
என்ன கோவில்
கருவறை
ஆக்கிவிட்டாயா?

நான்
இவ்வளவு
போராடியும்
ஏன் என்னை உள்ளே
விட மறுக்கிறாய்.
கருவா செந்தழகே என்
கருத்த மயிலிறகே.
****

****

மனமில்லாத மனுவின்
மகளா நீ?
ஏன் என்னை
இப்படி ஒதுக்குகிறாய்?

உன் மேனியை
தொடுவதற்கு.
கருவா செந்தழுகே என்
கருத்த கண்ணிமையே.
****

****

ஈழ தமிழருக்கு
குரல் கொடுத்து
உள்ளூர்
சாதிக்கொடுமையை
ஆதரிக்கும் ஊமை
அல்ல நான்.

உனக்காக நான்
இருக்கேன்.
உனக்காகவே
நான் இருப்பேன்.
கை தாயேன்
செந்தழகே என்
கருத்த நிறைகுடமே.
        ****

****
சாதி தான்
குறையென்றால்,
கிழித்து விடுகிறேன்,
என்
சாதியையும், சான்றிதழையும்.
உன்னை தருவாரா
உன் அப்பன்?

கேட்டு சொல்லடியம்மா
கருவா செந்தழகே என்
கருத்த தேவதையே.
            ****

****

வர்ணாசிரமம் கொள்கை
போல்,
உன் மேல்
அழுக்காய் படர்ந்திருக்கும்
அந்த வர்ண
ஆடைகளை எரித்து விடு.
சுதந்திரமாய் பரிமாறிக்
கொள்வோம்
நம் காதலை.

எந்த பாகுபாடின்றி.
கருவா செந்தழுகே என்
கருத்த தேன் குழலே.
****

****

அந்த மூன்று
நாளோ,
இல்லை
ஐந்து நாளோ

என்னிடமிருந்து
தள்ளி இராதே.
தீட்டு , பூட்டு என்று.
உன்னை கொஞ்சி,
முத்தி
வீடு மொத்தமும்
உருட்டிடுவேன்.
ஜாக்கிரதை செந்தழகே
என்
கருத்த கடலலையே.

****

****

மருத்துவ சான்றிதழ்
இருக்குதம்மா,
என் பெற்றோருக்கு
பிறந்தேனென்று.
எந்த பிரம்மனும்
படைக்கவில்லை.
எவன் உடம்பிலிருந்தும்
பிறக்கவில்லை.
எந்த களிமண்ணாலும்
செய்தவனல்ல.
நம்பி தரலாம்மா.

நானும் மனிதன் தான்.
கருவா செந்தழுகே என்
கருத்த பொன்சிலையே.
****

****

காடென பெண்களால்
நிறைந்த
என் இதயத்தில்,
மொத்தத்தையும் அழித்து
உனக்கென ஒரு கோவில்
கட்டிவிட்டாயே!
இப்போது புரிகிறது.
நீ ஏன் அடிக்கடி
கோயம்புத்தூர் செல்கிறாய்

என்று.
கருவா செந்தழகே என்
கருத்த மலர் விழியே.
       ****

****
காதல் செய்வோம்
நிர்வாணமாக.
சாதி, மத,
இன ஆடைகளை
கலைந்தெறிவோம்.
காதல் செய்வோம்
நிர்வாணமாக!
கருவா செந்தழகே என்
தேன்வழியும் கருமிதலே.

****

கண்ணாலே ஆத்திகம்
பேசும்
என் அழகியே.
அந்த மூன்று நாள்
உன்னை பார்க்க
மறுக்கும்
அவர்களின் தரிசனத்துக்கு

ஏன் ஏங்கி தவிகிறாய்.
நாத்திகம் பேசும்
என்னிடம் வா.
அந்த மூன்று நாளும்
நான் தருகிறேன்
தரிசனம்.
உன்னை அள்ளி
கொஞ்சி.
கருவா செந்தழகே என்
மணக்கும் மாட்டுக்கறியே.
****

****

கடிந்து கொள்.
கோபித்து கொள்.
கடித்து விடு.
சண்டை இடு.
விவாதம் செய்.
வீண் விவாதம் செய்.
கறையான் போல்
என்னை அரித்து
கொன்று விடு.

கோவில் உண்டியலில்
விழும் காசை போல்
வீணாக பேசாமல் இராதே.
கருவா செந்தழகே என்
கனத்த கற்சிலையே.
****

****
உன் தகப்பன் என்ன
கோவில் பூசாரியா?
பணம் இருப்பவர்களுக்கு
முதல் வரிசையில்
தரிசனம்
குடுத்து பழகிவிட்டாரா?
சொந்த வீடு,

அரசாங்க வேலை
இருந்தால்,
உன்னை கட்டித் தருவேன்
என்கிறார்.
கருவா செந்தழுகே என்
தித்திக்கும் கடுங்காப்பியே.
 ****

****
வா போகலாம்.
உலக அதிசயத்தில்
 சேர்க்காத
நம் மன்னர்கள்
கட்டிய கோவிலுக்க

வா போகலாம்
என்றழைத்தாள்.

திராவிட நிறத்தழகி.
நான் தினமும்
ரசித்திடும்
பேரழகி.

மச்சத் தோட்டங்களின்
மகாராணி.
எப்போதும் வியர்வை
ஊற்றெடுக்கும்
உள்ளங்கைகளுக்கு
சொந்தக்காரி.

நிழலும் அவளும்
வேறில்லை.
சூரியனுக்கும்
பயந்தவளுமில்லை.
இருட்டிற்கும்
நடுங்கியவளுமில்லை.

வா போகலாம்
என்றழைத்தாள்.
நம் மன்னர்கள்

என்றழைத்தாள்.

வாழ் நாள் முழுவதும்
கட்டிய பிரம்மாண்ட
கோவிலின்
ஒரு கோவிலுக்கு.
வா போகலாம்
என்றழைத்தாள்.

மாதவிடாய் காலத்தில்
பெண்னை ஓரறையில்
அடைத்து,
மத, சம்பிரதாய,
கலாச்சாரம்
அழியாமல் காக்கும்,

அவள் வீட்டிற்கு
தெரியாமல்
என்னையழைத்தாள்.

கோவில் கருவறையில்
இந்த சாதியில்
பிறந்தால் மட்டுமே
நீ நுழையலாம்,
பூஜை செய்யலாம்

என்று விதித்த
 மன்னர்கள் கட்டிய
கோவிலுக்கு வா
போகலாம்
என்றழைத்தாள்.

பிராமணனுக்கு
பணிவிடை செய்தால்
மட்டுமே
அடுத்த பிறவியிலாவது
நீ பிராமணனாக
பிறக்கலாம்

கருவா செந்தழகே

கோவிலுக்கு
செல்வது வெறுப்பாயிருந்தாலும்,

எனக்கூறிய புத்தகத்தை
 போற்றி புகழும்
கோவிலுக்கு
செல்வது வெறுப்பாயிருந்தாலும்,

நான் சென்றேன்.
என் இதய
கோவிலின் எஜமானி,
சேலைக்குள் கண்ணாம்பூச்சி
ஆடும் என்னவளின்
வியர்வை வாசனையை

நுகரவே
நான் சென்றேன்.

என் கருவா செந்தழகுடன்.
அந்த சமத்துவம்
அற்ற கோவிலுக்கு.
மன்னிக்கவும்.

சமத்துவம் அறியாத
மன்னர்கள் கட்டிய
பிரம்மாண்ட கோவிலுக்கு.

பிராமணனாய்
பிறந்தால் மட்டுமே
அக்ரகாரத்தில்
இடம் என்ற
எழுதப்படாத
விதிகளை மதிக்கும்,

கோவிலருகே வேறாரையும்
சேர்க்க மறுக்கும்,
அக்ரகாரத்தை
கடந்து சென்றோம்.

நானும்,
  என் கருவா செந்தழகும்.

அவள் உள்ளங்கையில்
ஊற்றெடுக்கும்
சரிபாதி வியர்வையை
சம்பாதிக்கும்
என் கையை
தட்டி விட்டு,

கோவில் வாசல்படியின்
அழுக்கை உதட்டில்
தேய்த்துக்கொள்கிறாள்.

முறைப்பாள்.
பேச மறுப்பாள்.

ஏன் அழுக்கை
உதட்டில்
தடவுகிறாய் என்றால்,
முறைப்பாள்.
பேச மறுப்பாள்.

ஏன் வீண் வம்பு.
அவள் வாசனையே
போதும்.

உள்ளே நுழைந்தும்
கூறினாள்.
நம் பெருமையை
மறைத்து விட்டார்கள்.

உலக அதிசியத்தில்
சேர்க்க
 மறுத்து விட்டார்கள்
என புலம்பினாள்.

அவள் இதழ்
அசைவை ரசித்தவாறே,
அவள் காதையும்,
ஜிமிக்கியயும்.

மறைத்த,
சீவக்காய் மணம்
வீசும்
அவள் மயிரை
விலக்கிய
வண்ணம் கூறினேன்.

அனைவருக்கும் கோவில்
சமம் என்றால்
முதன் முதலில்
சேர்த்திருப்பார்கள்.
உலக அதிசயத்தில்.

மன்னர்கள் கட்டிய
பிரம்மாண்ட கோவிலை
என்றுரைத்தேன்.

உன் தமிழ்
மன்னர்கள் கட்டிய
பிரம்மாண்ட கோவிலை
என்றுரைத்தேன்.

நேரான புருவங்கள்
வலைந்து
என்னை பார்த்தது.
உதடிரண்டும் வடக்கு,
தெற்கென
திரும்பி,

அந்த அறைக்குள்
ஒழிந்தருக்கும்
அழகிய சிற்பி
செய்த,

அழகிய சிலையிடம்
மன்றாடுகிறாள்.
எனக்கு நல்ல
புத்தி குடுவென்று.

அத்துனை சிலையிடமும்
பேசிவிட்டு,
கடைசியில் என்னிடம்
பேசினாள்.
நீ என்ன கேட்டாய்
சாமியிடம்
என்று.

ஒன்று இல்லையென்றால்
மொத்த நாட்களும்
வீணாகிவிடும்.
அவள் என்னிடம்
பேசாமலே கழித்து
விடுவாள்.

அவள் பிச்சைக்காரர்களுக்கு
காசு
போட்டு விட்டு,
ம்ம்ம்....
சொல் என்று
புருவம் உயர்த்தினாள்.

உடைத்து விட்டேன்.
பிச்சைக்காரர்களுக்கு

சட்டென்று மனதில்
பட்டதை
உடைத்து விட்டேன்.
பிச்சைக்காரர்களுக்கு

எப்படியாவது
பூசாரி வேலை
வாங்கி குடுவென்று
வேண்டினேன் என்றேன்.

முறைத்து விட்டு
சென்றாள்.
இன்னும் வரவில்லை,
அவளும், அவளிடமிருந்து
அழைப்பும்.
ஒரு வேளை

கொரானாவை
விரட்ட காயத்ரி
மந்திரம்
போடுவார்களோ என்னமோ.
பார்ப்போம்.

கொரோனா
போவுதா?
இல்லை,
எனக்கு அழைப்பு
வருதா என்று.

மீண்டும்..

வா கோவிலுக்கு போகலாம்.

சந்தோசம் தான்.

இந்த முறை அழைப்பு,
அவள் தங்கையிடம் இருந்து.......

வா கோவிலுக்கு போகலாம்...
மச்சானே!

****

****

ஏன் பிதற்றுகிறாய்.
ஏன் உலருகிறாய்.
ஏன் அழுகிறாய்.
ஏன் புலம்புகிறாய்.
ஏன் விவாதிக்கிறாய்.
ஏன் கலங்குகிறாய்.
ஏன் சந்தேகிக்கிறாய்.

என் இதயம்
அயோத்தியல்ல.
உன்னை விரட்டி
இன்னொருத்தியை
வைப்பதற்கு.
கருவா செந்தழகே
என் மினுங்கும் கருவாடே.

****

****

மன்னித்து விடு.
நீ எதிர்பார்த்தவன்
நான் அல்ல.
நான் இராமன் அல்ல.
நான் அரக்கன் தான்.

உன்னை சந்தேகப்படாத
அரக்கன் தான்.
உன்னை தீயிக்கு
இரையாக்காத
அரக்கன் தான்.

உன் கற்பை
நம்பும்
அரக்கன் தான்.

நான் அரக்கன்
தான்.
கடவுள் அல்ல.
மன்னித்து விடு.
கருவா செந்தழுகே என்
கொழுத்த பால்பண்ணே.

****
போல்

****
பொய் பேசாதே.
உள்ளே சாதியை
வைத்துக்கொண்டு
வெளியே சாதி
இல்லை
என நடிப்பவர்கள்
போல்

கருவா செந்தழகே
சிவந்த பன்றிகறியே.

நீயும் நடிக்காதே!
என்னை பிடிக்கவில்லை
என்று.
கருவா செந்தழகே என்
சிவந்த பன்றிகறியே.

****

****

நீ என்ன
மனுவின் மகளா?
ஏன் முத்தத்தை
நெற்றி, தோள்பட்டை,
தொடை, பாதம்
என பிரித்து

கருவா செந்தழகே என்
அளந்த குதிங்காலே

தருகிறாய்.
எங்கு பதித்தாலும்
முத்தம் முத்தமே.
கருவா செந்தழகே என்
அளந்த குதிங்காலே.
****

****

வாழையடி,
வாழையாக
வரன் வர,வர
துணிக்கடை
பொம்மையாக,
நகைக்கடை
விளம்பரமாக,

விற்பனை
நின்று, நடந்து
உட்கார்ந்து, குனிந்து
தேர்ந்தெடுக்கும்

கசங்காத சேலையாக,
விற்பனை பொருளாக,
நின்று, நடந்து,
உட்கார்ந்து, குனிந்து
தேர்ந்தெடுக்கும்

பெயர்போன
கலாசார பண்பாடுகளுக்கு
நம் காதலே
மேல்!
கருவா செந்தழகே என்
அசைவ துளசி மொட்டே.
****

கருவா செந்தழகே

www.ingramcontent.com/pod-product-compliance
Lightning Source LLC
Chambersburg PA
CBHW011154120525
26539CB00018B/831